आकंठ

@राजेश_डांगी

***

जुलै २०२३, बेंगळुरू

आकंठ वेदनेला,
प्राशून घेतलेले,
ओठात राहु देना,
मासूम शब्द ओले।

विरून हाक गेली,
अश्रुत वाहणारे,
हृदयात वल्गनांचे,
हुंकार येत गेले।

वारा धरून येतो,
पुजून पिंपळाला
वांझुन तारकांना,
प्रारब्ध देत गेले।

शब्द बांधून कोणी,
का प्रश्न वेचतो रे,
मागून पांडवांना,
धृतात दान गेले।

वाचून शांत झाले,
रात्रीत मग्न तारे,
स्मरून दिस जातो,
शापित शब्द ओले।

***

शांत छंदी स्वरांचा,
सहवास सार्थ आहे..
सातत्याच्या बळाचा,
वाळूवर अर्थ आहे|

आळवून पुण्य गाथा,
आदिम अंतरात ..
देत्याचे वाटून पुण्य,
अमृताचे तीर्थ आहे|

***

क्षण चवीचे त्या घडीचे
आभास सारे कर्तृत्वाचे..
सूर श्वास मित्रत्वाचे..
मरण भोगती जैवित्वाचे

भक्तीसार अभंगाचे
अध्यात्म नामे चैतन्याचे..
रक्त बंध जिव्हाळ्याचे
आभास सारे वैफल्याचे..

वय क्षण भंगुर साचून,
बांधील अनिकेत साचे..
रंगले नाते लयीचे
शब्दधुंद समेत नाचे..

अखंड ह्या प्रवासाचे,
सांजरंगी चांदण्याचे..
शेवटच्या श्वासासाठी,
उत्तरोत्तर आनंदाचे..

***

ठार आंधळ्या रात्रीत,
काय शोधतोस बरे,
स्वप्ने तर बंद डोळ्यात
दडून असती नारे..

तुझ्या शोधाचे निरंतर
उद्युक्त व्हायला बरे,
हवे शब्द सूर आणि
संस्कार निरुत्तर खरे..

अमावस्येला सुट्टी एरवी
कलेकलेत जगभरे,
बाळांचे घास भरवून
वचने थकली पुसणारे..

फिरण्याचे वरदान शाप,
की जीवा घुरघुर भरे,
दृष्टीकोन मापदंड
द्वेष जगती भरणारे ..

रात्र रात्र वेचून आयुष्य
मार्गा समर्पण देरे,
सत्य जिव्हारी तेवत,
मार्गस्थ सदगती देरे..

आत्मे तर बंद शरीरात
दडून असती नारे..

***

सूर्य उजाडला असेल सकाळचा...
खरच सकाळ झाली असेल..

दिवस उजाडला असेल कुणाचा?
खरच सकाळ झाली असेल,

श्वास चालू आहेत म्हणून,
खरच सकाळ झाली असेल...

तीच स्वप्ने ठेऊन उशाशी,
खरच सकाळ झाली असेल...

रात्र काढून कुठे कशीतरी,
सूर्य उजाडला असेल सकाळचा...

खरच सकाळ झाली असेल..

***

अस्तित्व फुलाचा मंद
चंद्रगंध पडे परसात..

चांदण्याचे खोल सुगंध,
साकळ्याने गाते चांदरात..

थेट पुन्हा गहिवरून
झिरपून जाते पदरात..

चिंब ओल्या सरीचे,
माहेर वसते उदरात..

अश्याच तूझ्या प्रार्थनेचे,
चैतन्य राहो अंतरात!

***

शब्द म्हणा, सूर शृंगारलेले
माझेच गाणे गाऊन गेले..
गोड गुलाबी थंडीत ओल्या,
गंध मनाचे फुलून गेले..

तुझे माझे, सहजीवनाचे
हातात हात गुंफून गेले..
अबोलीची फुले उधळून
केसात गजरे माळून गेले..

दमट चिंब पहाटेचे मशगूल
लांब दुरावे संपून गेले..
ह्या इथे, अन त्या तिथेही,
आभास सारे स्पर्शून गेले..

तुझ्या रंगी,सखे रंगताना,
अंग चांदण्यात न्हाऊन गेले,
तरुण रात्रीचे आतुरलेले
प्रहर सारे उलटून गेले..

आत्मरंगी उमटून स्वप्ने,
एकांत सारे बोलून गेले..
गुपित वेडे माझ्या मनीचे
तुझ्या सवे रंगून गेले..

गोड गुलाबी थंडीत ओल्या,
सुगंध वेडे स्पर्शून गेले..

***

विचार प्रारब्धाचे
रक्त बद्ध नाती,
पानगळीत पावसाच्या
सुर दंग होती..

निनाद वात्सल्याचे
अंग धून गाती,
आक्रोश विरहाचे
पुन्हा चेतविती

श्वास ओहोटीचे
शब्द स्तब्ध मोती,
सुर स्पंदनाचे
अथांग अद्वैत होती..

***

क्षण चवीचे त्या घडीचे
आभास सारे कर्तृत्वाचे..
सूर श्वास मित्रत्वाचे..
मरण भोगती जैवित्वाचे

भक्तीसार अभंगाचे
अध्यात्म नामे चैतन्याचे..
रक्त बंध जिव्हाळ्याचे
आभास सारे वैफल्याचे..

वय क्षण भंगुर साचून,
बांधील अनिकेत साचे..
रंगले नाते लयीचे
शब्दधुंद समेत नाचे..

अखंड ह्या प्रवासाचे,
सांजरंगी चांदण्याचे..
शेवटच्या श्वासासाठी,
उत्तरोत्तर आनंदाचे..

***

हे सोबतीचे,अनुबंध होते,
चांदण्याचे शब्द होते, साजरे..

ते सावल्यांचे, संबंध होते,
सायंकाळी स्तब्ध होते, सोजिरे..

हे भावनांचे, ऋतुबंध होते,
गात्रापरी कटिबध्द होते, लाजरे..

कोण्या क्षणीचे निर्बंध होते,
नात्यापरी निषिद्ध होते, गजरे..

जे सगळ्यांचे, व्रतबंध होते,
खांद्यावरी प्रारब्ध होते, गोजिरे!

***

काळजातल्या खोल रुतलेल्या रेषा..
कधी तळहातावरून, नकळत
माझ्या कपाळावर रजू झाल्यात..

दचकून उठणारी पहाट स्वप्ने..
पार आकाशात उडणाऱ्या चिंता..
हुरहूर नुस्ती, माझ्या मनात..

आयुष्याचे हिशेब नशिबावर सोडून
माझ मलाच होतं नाहीये...
कश्याच काय...पण,
बराच काळ हा विचार, कोंडलाय!

सूर्यास्त होताना येतो पुन्हा वरचेवर..
माझ्या मनात, नकळत
काळजात कालवाकालव नुस्ती...

तू का हसतेस गालातल्या गालात?

***

उरलेल्या भिंती,
लांब सावल्या टाकत..
निवांत असतात..
आपणच हप्ते भरून थकतो,
एका खोलीच्या दोन करत..

तो वारा कसा निरपेक्ष,
वाहतो, एका खिडकीतून दुसरीत..
आपल्या बाल्कनीचा व्ह्यू
आपल्याला फक्त रविवारचा मिळतो...

पहाटे निघून रात्री परतणाऱ्या
कळपातले आपण वयोवृध्द उरतो...
मग च्यायला,
आपणच चुकलो की काय..
असे गुपचूप विचारतो,
बाथरूमच्या आरश्याला ..

एकांत फक्त डोळे मिटून मिळतो,
लोकल मध्ये लोंबकळत जाताना..
उगाच कानात इयरप्लग खोचून,
झोपतो उभ्या उभ्याच...
कुणाच्या खांद्यावर

दोन पगारातले अंतर,
आयुष्य बनत....
कधी दोन श्वासात संपूनही जातं
पहाटेचे गजर, पुन्हा
आठवण करून देतात .. सातत्याची
नंतर अंघोळ, नाष्टा, जेवण वगैरे
दोन पगारातले अंतर, कसं आयुष्य
होतं!

एवढ्यात शब्द असे,
आठवणीतून ओझरले..
तुझ्या पावलांचे ठसे,
मनात अजून पसरले..

चांदण्याचे स्वप्न जसे,
भावनेतून साकारले..
पावलांचे आभास असे,
पैंजणातून अवतरले..

पडसाद सुगंधाचे कसे,
गजऱ्यातून गुंतवले..
स्वरबद्ध रचनेत जसे,
सूर बांधून बसवले..

उन कोवळे कवडसे
सांज सजून संथावले..
एवढ्यात शब्द असे,
मिठीत तुझ्या विसावले..

***

एका श्वासात कोण,
वसतोय का कधी?
त्या क्षणांत कोण,
भासतोय का कधी?

शिष्टाचार, संस्कार,
मोडतोय का कधी?
निसर्ग कोणावर,
रुसतोय का कधी?

दऱ्याखोऱ्यात रानी,
घुमतोय तो कधी?
फुलापानात वाऱ्यात,
डोलतोय तो कधी?

एका श्वासात कोण,
वसतोय का कधी?
वरवर आकाशात,
असतोय तो कधी?

***

सुनिश्चित आकाश
अंशतः ढगाळ
किनारे मनाचे
फुलवून अंतराळ..

रात्रीतून उरलेली
जुनी सकाळ..
मेघ भरून आले
पोटुशे आभाळ..

मळवट समाधानी
सवाशीण कपाळ..
चाकरमानी स्वप्नं,
एका नोकरीची नाळ..

सात्विक आयुष्याची
अस्सल जपमाळ..
सुनिश्चित वर्तमान,
अंशतः ढगाळ!

***

नाद तुझा, अंगी निनादतो
नादरुपी निसर्ग अनादी...

नाद तुझा, हृदयी स्पंदतो..
नादब्रह्म निसर्ग वादी..

नाद तुझा, नभी रंगतो
नादखुळा शीर्ष समाधी..

नाद तुझा, सुरभी भिनतो
नादछंदी कंठी अनादी...

***

आता पुन्हा पाऊस येईल,
ढगांचे गाणे गाऊन जाईल..
झाडावर बसून झोके घेईल
सरीवर रोमांच ठेऊन जाईल..

दूर क्षितिजावर पहाट होईल
आसमंतात रंग उधळून जाईल..
स्वप्नसुरांचा किलबिलाट होईल
चिवचिव अंगण गोंजरून जाईल..

दैनंदिन दिनचर्या एक होईल
वर्षानुवर्ष वय उलटून जाईल..
अश्याच क्षणी तो अनाहुत येईल..
ज्योत पापण्यांची मिटून जाईल..

पार्थिव प्रार्थनेत एकसुर होईल
एका गर्भातून दुसऱ्यात जाईल..

***

आकाश दूर क्षितिजावर
हळूच काहीं मांडून जातं
आठवणी आयुष्याच्या
रंगा सोबत सांडून जातं..

माझ्यात तुझ्यात हळूवार
संदर्भ काही जोडून जातं
उगाच चुकल्या वाटेवरती
रानफुले ती झुलवून जातं

सौंदर्य तुझे मिठीत माझ्या
सोनेरी क्षण फुलवून जातं
सोबतीत तुझ्या अनावर
आयुष्य असे उलगडून जातं

आकाश जिवलग मित्रासवे
जीवनात खोल रुतून जातं!

***

पावसानंतर अजुन रेंगाळत
राहिलय एक हिरवं स्वप्न,
गहिवरून एकट आरशात लपलेले
आभास चुकवून दूर क्षितिजावर
पहाट रंगवीत.. वडाखाली..

तुझे तळहात मांडून पूजेत
मग्न चेहरे पसरतात निवांत,
त्रिमितीय सात्विकतेत पानझडी नंतर
स्वच्छ झालेले रान पुन्हा
आभाळात डोकावून प्रश्न विचारतय..

तू कोण म्हणे? निर्विवाद मी,
चेहरा झाकून संपलेल्या लढाईच्या
सुमेर खुणा लपवुन, उरलोय
वडा भोवती वटसावित्री शोधत,
आजन्म..

***

झाडाचं कोंदण धुक्याचा गजरा
पाऊस झडी भिजे डोंगर सारा

झोंबऱ्या थंडीत वाहे खळाळ झरा
वाऱ्याचा गंध मोरा नाचवे पिसारा..

बिलगून गातो देही वादळवारा ..
दुथडी नदीचा बघ पसरे किनारा..
भरभरून श्वासात चैतन्य उभारा
पानोपानी सरीचा रोमांच लाजरा..

चिंबचिंब गात्रे गेली माळून गजरा..
रात्र जागवतो चंद्र पहाटेचा वारा..

***

नादात नादब्रह्म
नाचतो निराकार..
निरुपणात नित्य
नमतो निराधार..

निरपेक्ष निद्राधीन
निश्चल निर्भय
निजरुपी निर्गुण
नांदतो निरंतर..

नित्यपुजे निर्मल
निजसुख निरामय
नमो नमः नमो नमः
नामे नमस्कार..

***

तू फुलांना गंध देशी,
उमलून शब्द अर्थातूनी..
तू पानांचे अर्ध्य देशी,
ऋतुचक्र सार्थ फिरवूनी..

तू गळ्याला कंठ देशी,
नाद स्वरांच्या सुरातूनी..
तू भक्ताला मुक्ती देशी,
टाळ मृदुंगाच्या समेतूनी..

तू जगण्याला अर्थ देशी,
आस जिव्हारी चेतवूनी..
तू असण्याला अर्थ देशी,
देणाऱ्याच्या हातातूनी..

तू अर्थाला जन्म देशी,
आत्म्याच्या सदगतीतूनी...

***

विचार प्रारब्धाचे
रक्त बद्ध नाती,
पानगळीत पावसाच्या
सुर दंग होती..

निनाद वात्सल्याचे
अंग धून गाती,
आक्रोश विरहाचे
पुन्हा चेतविती

श्वास ओहोटीचे
शब्द स्तब्ध मोती,
सुर स्पंदनाचे
अथांग अद्वैत होती..

***

भिंत, शांत उभी कोपरे धरून..
अंधार वाहणारे शब्द, तटस्थ!

युद्ध करून त्यांना..
देशप्रेम उफाळून येत, जळीत..
रक्त शब्द स्तबध होऊन..
अहंकार अभिमान ओथंबून
मर्त्य उदासीन आकाश ..
कुचकामी ठरते बंदूक,
वंशपरपरागत!

डोळे सुजलेले आतंक ..
घरांची कौल, पुन्हा देतात दिलासा..
भिंत, थोडी ढासळून, उसासे सोडत..
झेंडे बेफिकीर, प्रेते नाचवत
निघून जातात बिगुल वेडे..

भिंत, शांत उभी कोपरे धरून..
तब्बल चोवीस तासांच्या अंतराने,
शौर्य पुरस्कार प्राप्त झाल्यागत..
कोलमडलेल्या देशाचे,
घर शोधतच आहे, मरणोत्तर!

***

अस्तित्व फुलाचा मंद
चंद्रगंध पडे परसात..

चांदण्याचे खोल सुगंध,
साकल्याने गाते चांदरात..

थेट पुन्हा गहिवरून
झिरपून जाते पदरात..

चिंब ओल्या सरीचे,
माहेर वसते उदरात..

अश्याच तूझ्या प्रार्थनेचे,
चैतन्य राहो अंतरात!

***

हे सोबतीचे,अनुबंध होते,
चांदण्याचे शब्द होते, साजरे..

ते सावल्यांचे, संबंध होते,
सायंकाळी स्तब्ध होते, सोजिरे..

हे भावनांचे, ऋतुबंध होते,
गात्रापरी कटिबध्द होते, लाजरे..

कोण्या क्षणीचे निर्बंध होते,
नात्यापरी निषिद्ध होते, गजरे..

जे सगळ्यांचे, व्रतबंध होते,
खांद्यावरी प्रारब्ध होते, गोजिरे!

***

शब्द म्हणा, सूर शृंगारलेले
माझेच गाणे गाऊन गेले..
गोड गुलाबी थंडीत ओल्या,
गंध मनाचे फुलून गेले..

तुझे माझे, सहजीवनाचे
हातात हात गुंफून गेले..
अबोलीची फुले उधळून
केसात गजरे माळून गेले..

दमट चिंब पहाटेचे मशगूल
लांब दुरावे संपून गेले..
ह्या इथे, अन त्या तिथेही,
आभास सारे स्पर्शून गेले..

तुझ्या रंगी,सखे रंगताना,
अंग चांदण्यात न्हाऊन गेले,
तरुण रात्रीचे आतुरलेले
प्रहर सारे उलटून गेले..

आत्मरंगी उमटून स्वप्ने,
एकांत सारे बोलून गेले..
गुपित वेडे माझ्या मनीचे
तुझ्या सवे रंगून गेले..

गोड गुलाबी थंडीत ओल्या,
सुगंध वेडे स्पर्शून गेले..

***

अजून तुझ्या हातांना
सुगंध असतो केवड्याचा
अन् केसातून चंदेरी
धुंद उजागर मोगऱ्याचा

अजून तुझ्या श्वासांना
गहिवर असतो ध्यासाचा
अन् मोहक ओठांना
प्रणव असतो आत्म्याचा

अजून तीच शब्द वचने
सुरमई आभास मनाचा
अन् सहवास तुझा रमतो
ओथंबून सहजीवनाचा

अजून खूप उरले सुरले
क्षण आनंदाचे जपायचे
अन् उरलेले श्वास पेरूनी
दुःख हासत हरवायाचे

***

धुंद होऊन जाऊया
चिंब पावसात भिजून
तुझ्या मिठीत आसमंत
ओला असेल अजून..

वारा झोंबून वेडेपण
पापण्या होते मिटून
रोमांचित झाले मन
शहारे अंगांग दाटून..

भरून आले आकाश
मेघ मल्हार गाऊन
वीज आकाशात ओली
थांबली असेल अजून..

***

मध्यमवर्गीय निखळ सत्य
समंजस तत्वे पाळून वगैरे
सुसंस्कृत, नोकरी, पालकत्व
मोडेस्तोवर कणा मोडत..

यशाचे सुस्कारे सोडत
जयजयकार निवडणुकी
कर कापलेल्या पगारात
मोडेस्तोवर कणा मोडत..

टेबला खालचे व्यवहार
तेच जिंकणार खुर्चीत
मोर्चे काढून कार्यकर्ते
मोडेस्तोवर कणा मोडत..

पंचतंत्र लोकतंत्र रांगेत
वार्षिक सुट्ट्या भोगत
पिढ्यन्पिढ्या आहेत
मोडेस्तोवर कणा मोडत..

जमीन विकून आमदार
मालमत्तेचे वारसदार
हप्ते भरून निर्व्यसनी
मोडेस्तोवर कणा मोडत..

***

वाट बघूनी थकले डोळे,
प्रहर सुटले रात्री सवे..
आसवांचे बंध थकले,
सुकले गजरे कळ्यांसवे

आज सखये चंदनाचे
परतून दे आभास नवे..

धुंद झाल्या आठवणी,
सूर विरले पैंजणांचे
त्या वचनांच्या मर्मबंधी,
शब्द तुझे तळहाती हवे

आज सखये चंदनाचे
परतून दे आभास नवे..

गंध सरला रात्र सरली,
एकांत उरली आसवे,
वाटेवरच्या प्रार्थनेला
सांत्वनाचे शब्द हवे..

आज सखये चंदनाचे
परतून दे आभास नवे..

***

सैराट वाऱ्याचे शिड,
बांधून लाट येते
पांघरून वैराट रंग,
संध्या लल्लाट होते..

तुझ्या आठवणींचे गाणे,
कंठात दाट येते
क्षितिज थांबते थोडे,
शब्दही मुकाट होते..

चंद्र शिंपीत नभांचे,
चांदणे अफाट होते
सुर समेत मिसळून,
उधळून भन्नाट होते..

गात्र गात्र पेटून रात्र,
रोमांच समेट होते..
तुझ्या कवेत बिलगून,
रात्रही पहाट होते..

***

रंग उठव सायंकाळचे,
उरलेल्या स्वप्नांचे उफाळते,
रुतलेल्या काट्यांचे दुःख,
असीम भोगताना..

अनाथ शब्द साकळून,
जख्मी संस्कार आत्मीयतेने,
ओठ वचनी अहंकार,
आकंठ भोगताना..

दुभंगलेली वचने,
जिव्हारी लागलेले तत्व,
व्याकूळ तळहात पसरलेले,
असंख्य जपताना..

तुझे तू, माझे मी.
संवाद जखडलेले सहवास..
एक जन्म ओली आसवे,
पुन्हा पुन्हा पुसताना..

सावलीतून संध्याकाळी,
परतून येणाऱ्या पावलांना,
रुतलेल्या काट्यांचे दुःख,
असीम भोगताना..

***

एक मिच वेडा,
व्याकूळ वारीत हरीच्या..
नाद वेडा टाळ,
ठोकित सुरात हरीच्या..

पायउतार गर्व,
चाले सेवाभावे हरीच्या..
संसार सुटला मागे,
भक्तीत धावे हरीच्या..

सार्थ प्रपंच आहे,
जिव्हाळ्यात फक्त हरीच्या..
अर्थ यथार्थ आहे,
श्रद्धेत भक्त हरीच्या..

प्रवास सुकर आहे,
गजरात माझ्या हरीच्या..
नादात लय आहे,
वारीत माझ्या हरीच्या..

सकळ जन गाती,
एकसुरात हरीच्या..
माऊलीत माऊली आहे,
चरचरात हरीच्या..

प्रार्थना ना मागणे,
चरणात माझ्या हरीच्या..
संग ना असंग,
स्मरणात माझ्या हरीच्या..

हा प्रवास युगे घडतो,
आषाढ मासे हरीच्या..

प्रत्येक हृदयी पुण्य,
अंतर्यामी वसे हरीच्या..

लौकिक अढळ राहो,
विश्वात माझ्या हरीच्या..
नादवेडा टाळ राहो,
स्मरणात माझ्या हरीच्या..

***

शब्द ठेव, पाऊस म्हणून,
सरीसरीत हुंकार भरून..

श्वास ठेव, दवासारखे,
पानावर मन ओथंबून..

सूर ठेव, भोर नभनिळे,
बासरीची धून स्मरून..

ध्यास ठेव, तुझ्याअर्चनेत,
चराचरी अर्थ चेतवून !

***

आकाश वाचून वेदना,
शहर झुरते अपार...
वेचून मुकाट वल्गना,
मिट्ट बोलतो अंधार..

दाटून शल्य साधना,
गर्भित मुक्त अनिवार..
सखोल दुःख याचना,
भिक्षेत मिळते दुपार..

त्या उरल्या संध्याकाळी,
शहर झुरते अपार..
आकाश भेदून अर्चना,
मिट्ट बोलतो अंधार..

***

तो असाच वेडा गरजतो..
मर्जीत त्याच्या बरसतो,

जादू फुलवून हिरवे लेणे,
दऱ्याखोऱ्यात सजवतो..

पानफुलांचे जिव्हाळ देणे,
मेघात बांधून आळवतो..

तो असाच वेडा गरजतो..
गर्भात गहिवर चेतवतो..!

***

भूक बांधून ठेवलेला डोह..
काळीज चिरणारी
शांत अनामिक लय..
पाण्यावर तरंगणाऱ्या आठवणी..
हरवलेल्या किंकाळ्या,
शापित प्रतिबिंब..
कमळाचे दान,
विरलेल्या प्रार्थना..
दिवस गिळून निजतो,
माझ्यात स्तब्ध डोह...

***

तो असाच वेडा गरजतो..
मर्जीत त्याच्या बरसतो,

जादू फुलवून हिरवे लेणे,
दऱ्याखोऱ्यात सजवतो..

पानफुलांचे जिव्हाळ देणे,
मेघात बांधून आळवतो..

तो असाच वेडा गरजतो..
गर्भात गहिवर चेतवतो..!

***

भिंत, शांत उभी कोपरे धरून..
अंधार वाहणारे शब्द, तटस्थ!

युद्ध करून त्यांना..
देशप्रेम उफाळून येत, जळीत..
रक्त शब्द स्तब्ध होऊन..
अहंकार अभिमान ओथंबून
मर्त्य उदासीन आकाश ..
कुचकामी ठरते बंदूक,
वंशपरपरागत!

डोळे सुजलेले आतंक ..
घरांची कौल, पुन्हा देतात दिलासा..
भिंत, थोडी ढासळून, उसासे सोडत..
झेंडे बेफिकीर, प्रेते नाचवत
निघून जातात बिगुल वेडे..

भिंत, शांत उभी कोपरे धरून..
तब्बल चोवीस तासांच्या अंतराने,
शौर्य पुरस्कार प्राप्त झाल्यागत..
कोलमडलेल्या देशाचे,
घर शोधतच आहे, मरणोत्तर!

***

विचार प्रारब्धाचे
रक्त बद्ध नाती,
पानगळीत पावसाच्या
सुर दंग होती..

निनाद वात्सल्याचे
अंग धून गाती,
आक्रोश विरहाचे
पुन्हा चेतविती

श्वास ओहोटीचे
शब्द स्तब्ध मोती,
सुर स्पंदनाचे
अथांग अद्वैत होती..

***

दूर शहर पसरुन, पहाटेच
धूर कोंडून विसरून,पर्याय,
श्वास उधार ठेवून उभ आयुष्य,
चांगली नोकरी, सुलभ हसे,

वाटीभर तांदूळ, मूठभर डाळ,
अंथरूण, पांघरून दिवास्वप्न..
मांडलेल्या संसाराची बुरशी,
डोळ्यावर ओढुन, तत्सम..

जन्माचा दाखला, रेशन कार्ड,
शैक्षणिक पात्रता, बोनस भत्ता,
वार्षिक सुट्टी, जेवणाचा डबा..
स्टेशन पासून चालत, नोकरीत
बढती, मोक्याच्या ठिकाणी..

रेशनवर स्वप्न विकत घेऊन,
मरणाचे दाखले विंचून, विधवा
आयुष्य, रजिस्टरवर नोंद फक्त..

गेला बिचारा, चांगला होता, म्हणे!

***

आज पुन्हा केसात माझ्या
मोगरा माळून रे
भैरवीच्या तालात रात्री
काजवे होऊन रे |

मीच होते माझ्यात नारे
गुंतले कोठेतरी,
तूच आता मिठीत सारे
चांदणे लेऊन घे

येत होती मातीत
ओल्या पावले दारातुनी
माग तुझे नेतिल माझ्या
अंगणी ओढुन रे !

थांब नारे मिठीत
माझ्या दाटले
ठेव तुझे श्वासात श्वास
चंदनी जोडून रे !

शांत झाले रात्रीत
तारे भिजले गात्रातुनी,
भास तुझे पाण्यात
काही माझ्यात सोडून दे |

***

शांत छंदी स्वरांचा,
सहवास सार्थ आहे..
सातत्याच्या बळाचा,
वाळूवर अर्थ आहे|

आळवून पुण्य गाथा,
आदिम अंतरात ..
देत्याचे वाटून पुण्य,
अमृताचे तीर्थ आहे|

***

मनशांती साठी समुद्र सहवास
माझा असीम रीवाज आहे,
देवस्थ हृदयात त्याच्या
एक मंत्रमुग्ध गाज आहे..

असीम अथांग व्याप्तीत
एक जादुई अंदाज आहे,
ना भरतीचा माज त्याला
ना ओहटीची लाज आहे..

लाटेत मश्गूल किनारी,
आत्म्याचा आवाज आहे,
मंथनातून देवादित प्राक्तन
अमृततुल्य आज आहे..

रक्तवर्ण क्षितिज निरंतर,
आत्मस्थ माझ्यात आहे..
मनशांती साठी समुद्र सहवास
माझा असीम रीवाज आहे|

***

गाऊन तुक्याचे, शब्द अभंग,
टाळ मृदंगाच्या,माझ्या पंढरीत |

जाऊन वारीत, स्नान अभ्यंग,
रसात भक्तीच्या, माझी चालरीत|

खाऊन सुकी, कांदा भाकर,
थकल्या पायाच्या, माझ्या पालखीत|

बघून मंदिरी, माऊलीचे ध्यान,
सावलीत मायेच्या, बसू पायरीत|

आठवून विठ्ठल,उभा विटेवर,
सात्विक कृपेच्या, माझ्या भक्तीत|

***

आज पुन्हा दाटून मेघ,
बरसले असे अंगणात..
आज पुन्हा संपून रात्र,
उरले स्वप्न डोळ्यात..

आज पुन्हा माळून मोगरा,
तरले तारुण्य बहरात..
आज पुन्हा सांडून रंग,
पेटले आकाश पाण्यात..

आज पुन्हा येशील सांग,
उरल्या संधी प्रकाशात..
आज पुन्हा रंगवून रात्र,
मशगूल अशी मदनात..

आज पुन्हा होशील प्रिये,
पाऊस अतोनात!
आज पुन्हा, पुन्हा पुन्हा,
ओथंबून अहो–गात्र..

आज पुन्हा दाटून मेघ,
बरसून जा अंगणात..
आज पुन्हा संपून रात्र,
ठेव स्वप्न पापण्यांत!

***

एकनाम तुझे रे,
तुझेच हे श्वास..
एकनाम तुझे रे,
तुझेच रे ध्यास..

एकांत तुझे रे,
तुझेच अट्टहास..
एकात्म तुझे रे,
तुझेच आभास..

एकतत्व तुझे रे,
तूच रे विश्वास..
एकसत्व तुझे रे,
तुझेच आदमास..

एकसंध तूच रे,
तूच अवकास..
एकमेकात तूच रे,
तूच चराचरास..

एकनाम तुझे रे,
तुझेच हे श्वास!

***

आठवण तुझी रोमांच..
श्वास वाहून माझ्यात...

रक्तगंध रात्री स्वरात..
ध्यास तुझेच मनात..

स्तब्ध गहिवर वहात..
सुगंध दाटून भरात..

गाणेच जपून दारात..
उंबरे एकटे घरात..

दूर स्वप्न धुक्यात..
तुझे हुंकार हातात..

***